AF365592

ขอมอบหนังสือเล่มนี้ให้กับครอบครัวที่แสนดีของฉัน
ฟรานซิส อรุโณทัย นรุตม์ กิฟท์ อัญชิสา เชน มิเคล่า และอริญา
ฉันรักพวกคุณทุกคน

U SING! A Practical Guidebook for Singers
คู่มือร้องเพลงสำหรับนักร้อง

ผู้แต่ง อักษรา

ISBN 978-616-455-560-0

ออกแบบปกและภาพประกอบ กนกพรรษ จิระพันธุ์
ออกแบบรูปเล่ม กนกพรรษ จิระพันธุ์
บรรณาธิการ แทน เลย์ เล็ง
ผู้แปล ปันปรีดา ฝั่งชลจิตร
จัดพิมพ์โดย อักษรา

จัดจำหน่ายทั่วประเทศโดย
บริษัท อมรินทร์ บุ๊ค เซ็นเตอร์ จำกัด
108 หมู่ที่ 2 ถ.บางกรวย - จงถนอม ต.มหาสวัสดิ์
อ.บางกรวย จ.นนทบุรี 11130
โทรศัพท์ 0-2423-9999
โทรสาร 0-2449-9222, 0-2449-9500-6
Homepage : http://www.naiin.com

สารบัญ

เกี่ยวกับอักษรา

เกี่ยวกับอักษรา

อักษราเกิดที่ประเทศสิงคโปร์ เติบโต และรับการศึกษาที่ประเทศออสเตรเลีย และแคนาดา เธอมีความฝันอันยิ่งใหญ่ คือการใช้เสียงเพลง และการฝึกฝนร้องเพลงในรูปแบบของเธอก้าวข้ามกำแพงของวัฒนธรรม เพื่อขยับเขยื้อนประเทศต่างๆ ทั้งประเทศของเธอ และประเทศอื่นๆ

เธอมีส่วนร่วมในรายการวิทยุ และนิตยสารมากมาย เธอจบการศึกษาชั้นปริญญาตรีสาขาพาณิชยศาสตร์ มหาวิทยาลัยเวสเทิร์นออสเตรเลีย (The University of

Western Australia) และได้รับใบประกาศนียบัตรผู้ชำนาญการพิเศษ ด้านดุริยางคศิลป์ วิทยาลัยดนตรีเบิร์กเลย์ บอสตัน ปัจจุบันอักษราทำงานให้กับสมาคมครูสอนร้องเพลงแห่งนิวยอร์ค (New York Singing Teacher's Association) ในโปรแกรม Voice Professional Certification ที่มีชื่อเสียงของสมาคม อักษราเดินทางรอบโลกเพื่อให้ความรู้ และแนะนำแนวทางในการฝึกฝนให้กับนักร้อง ให้พวกเขาสามารถพัฒนาทักษะ และเพิ่มพูนความสามารถได้อย่างสดใหม่ และเปี่ยมไปด้วยแรงบันดาลใจ นอกจากนี้เธอยังมีอัลบั้มแรกของเธอชื่อว่า "Made It Through" ที่ได้โปรดิวเซอร์มากความสามารถระดับผู้เข้าชิงรางวัลแกรมมี่อวอร์ด และเจ้าของรางวัลโดฟอวอร์ด อย่าง รัสตี้ วาเรนแคมป์ (Rusty Varenkamp) และโคลิน มิลส์ (Colin Mills) จากสตูดิโอ Closet Audio Productions และยังมีส่วนร่วมในการแต่งเพลงให้กับศิลปิน และองค์กรต่างๆ มากมาย

อักษราเป็นทั้งครู นักร้อง และนักแต่งเพลงที่มีความสามารถ และมีพรสวรรค์ อย่างมาก เธอมุ่งมั่นที่จะสอน และพัฒนานักเรียนของเธอให้ไปถึงจุดดีที่สุดเท่า ที่พวกเขาสามารถจะไปถึงได้

- มิเชล รอสซี นักร้องวง Planetshakers

ฉันรู้สึกเป็นเกียรติมากที่ได้เจอกับอักษราในงานโวคัลซัมมิทที่ U Wonder จัด ขึ้นทั้งในกรุงเทพมหานคร และสิงคโปร์ และฉันรู้ได้ทันทีเลยว่าหญิงสาวคนนี้น่ะ ของจริง ฉันได้รับพระพรอย่างมากที่ได้ใช้เวที และสอนร่วมกันกับเธอ มันยาก มากที่จะไม่พูดถึงความมุ่งมั่นที่จะหนุนใจ และเป็นกำลังใจให้กับคนอื่นในการ ร้องเพลงให้ดีขึ้นของเธอ แรงบันดาลใจของเธอคือความต้องการนำสิ่งที่ดีที่สุด ในโลกมาสู่ภูมิภาค และวัฒนธรรมในเอเชีย และฉันเชื่อว่าด้วยหนังสือเล่มนี้ คุณจะไม่เพียงแต่เห็นหัวใจที่อุทิศให้กับผู้คนของเธอ แต่จะเห็นความสามารถที่ ถูกสร้างขึ้นอย่างประณีต ช่วยให้คุณได้ฝึกฝนการร้อง ผ่านความเข้าใจในเสียง ของคุณ และรู้ว่าควรจะใช้มันอย่างไร

- โลอิส ดูเพลสซิส นักร้อง และนักแสดง

พื้นฐานของการร้องเพลง

การหายใจ:

คำถามแรกที่ฉันจะถามลูกศิษย์ และผู้เข้ารับการอบรมในคลาสสำหรับผู้เริ่มต้นของ
ฉันคือ "ในฐานะนักร้อง พวกเราหายใจจากส่วนไหน" และหลายๆ ครั้งฉันก็ได้รับความ
สับสนเป็นคำตอบ บางคนก็ตอบว่าหายใจทางจมูก ทางเทคนิคแล้วนั่นก็ไม่ใช่คำตอบที่
ผิดนักหรอก แต่ฉันจะลองให้ทุกคนหายใจผ่านทางจมูกแล้วลองร้องท่อนๆ หนึ่งจากเพลง
โปรดของพวกเขาดู
รู้ไหม พวกเขาไม่สามารถร้องจนจบบรรคที่สองได้ด้วยซ้ำ! นี่คือสาเหตุว่าทำไม การ
หายใจจากกระบังลมถึงจำเป็นมากสำหรับนักร้อง ลองจินตนาการก่อนร้องเพลงดูว่า คุณ
เป็นแทงค์น้ำเปล่าๆ และคุณต้อง "เติมแทงค์" นั้น ด้วยการหายใจลึกๆ ผ่านกระบังลม
กระบังลมของพวกเราช่วยสนับสนุนเส้นเสียงด้วยการขยายตัวโดยอัตโนมัติ

ลองเริ่มฝึกกันด้วยแบบฝึกสำหรับคอนเส็ปต์นี้กันดู อย่าลืมผ่อนคลายช่วงไหล่ถ้าคุณนั่ง
หรือยืนระหว่างการฝึกนี้ด้วย เพราะว่าการจัดท่าทางของร่างกายสำคัญมากสำหรับนัก
ร้อง วางมือข้างหนึ่งลงบนหน้าท้องใต้สะดือแล้วหายใจเข้าดู คุณรู้สึกถึงการขยายตัวของ
ซี่โครงหรือเปล่า ในขณะที่คุณหายใจเข้า หน้าท้องของคุณจะต้องดันมือของคุณ และใน
ขณะที่หายใจออกมันก็จะต้องกลับสภาพเดิม ฉันขอสรุปง่ายๆ ว่า หายใจเข้า หน้าท้อง
คุณต้องดูเหมือนคนท้อง หายใจออก หน้าท้องคุณต้องกลับไปมีซิกแพ็คเหมือนเดิม (หรือ
หน้าท้องในฝันก็ได้!) ลองฝึกหายใจแบบนี้ดูสักห้าครั้ง หายใจเข้า หายใจออก คุณทำได้
แล้วนี่นา เยี่ยมไปเลย!

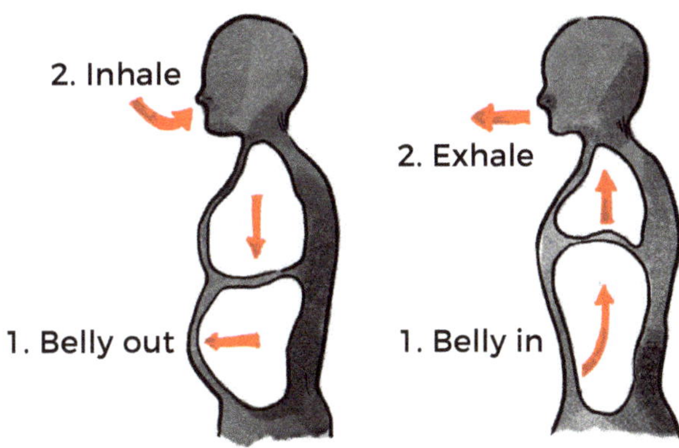

เอาล่ะ คราวนี้ลองนอนลงบนพื้น นอนให้ราบไปกับพื้นเลย หยิบหนังสือหนักๆ
สักเล่มมาวางบนหน้าท้อง บริเวณใต้กระดูกซี่โครง แล้วลองหายใจเข้าลึกๆ จน
หนังสือลอยขึ้น ค้างไว้ห้าวินาที แล้วหายใจออก ทำซ้ำสักสามครั้งนะ

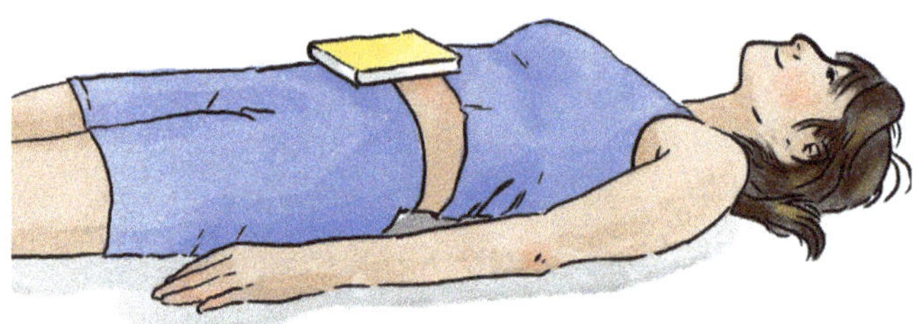

ส่วนประกอบสำคัญในเสียง
1.การหายใจ และลมหายใจ (Air Function/ Airflow)
2.การเปล่งเสียง (Vocal Placement)

การหายใจ และลมหายใจ (Air Function/ Airflow) คือความเร็วของอากาศ
ที่ไหลผ่านช่องปากของเรา ถ้าเรามีอากาศไม่เพียงพอ โน้ตที่เราเปล่งออกมาก็
มีโอกาสที่จะกลายเป็นแฟลตโน้ตได้ แฟลตโน้ตคือระดับเสียงที่ถูกเปล่งออกมา
ต่ำกว่าโน้ตที่เราตั้งใจเอาไว้ และถ้าเรามีอากาศมากเกินไป โน้ตที่เราเปล่งออก
มาก็อาจจะกลายเป็นชาร์ปโน้ต ซึ่งหมายถึงระดับเสียงที่สูงกว่าโน้ตที่ตั้งใจเอา
ไว้นั่นเอง

การเปล่งเสียง (Vocal Placement) นักร้องจำเป็นต้องมีการจัดวางกล่องเสียง
ให้ดี เพื่อให้เสียงร้องที่ดีที่สุดถูกเปล่งออกมาได้อย่างง่ายดาย

หากเสียงไม่ถูกจัดวางให้ถูกที่ถูกทาง หรือกระแสลมหายใจไม่พอเหมาะ นักร้อง
จะต้องบีบ และเกร็งกล้ามเนื้อคอมากขึ้น ซึ่งจะทำให้เสียงเพี้ยน และเกิดปัญหา
มากยิ่งขึ้น

ไปกันต่อที่แบบฝึกต่อไปเลยดีกว่า ไม่ว่าตอนนี้คุณจะอยู่ที่ไหน ช่วยหาวให้ฉัน
หน่อย โถ่ คุณหาวได้กว้างกว่านั้นน่า แต่ขออย่างเดียวเลยนะ อย่าหลับใส่ฉัน
ล่ะ เราเพิ่งอยู่กันที่บทแรกของหนังสือเล่มนี้เท่านั้นเอง ตอนนี้คุณรู้สึกว่าช่องคอ
ของคุณ "เปิดกว้าง" หรือเปล่า รู้สึกผ่อนคลายใช่ไหม หาวให้ฉันอีกสักครั้งนะ
ฉันอยากให้คุณรู้สึกถึง "การหาว" แบบนี้ทุกครั้งที่คุณร้องเพลง จะต้องไม่รู้สึก
ตึงเครียดหรือเจ็บนะ เพราะว่ากล่องเสียง และลิ้นของคุณกำลังผ่อนคลายไงล่ะ

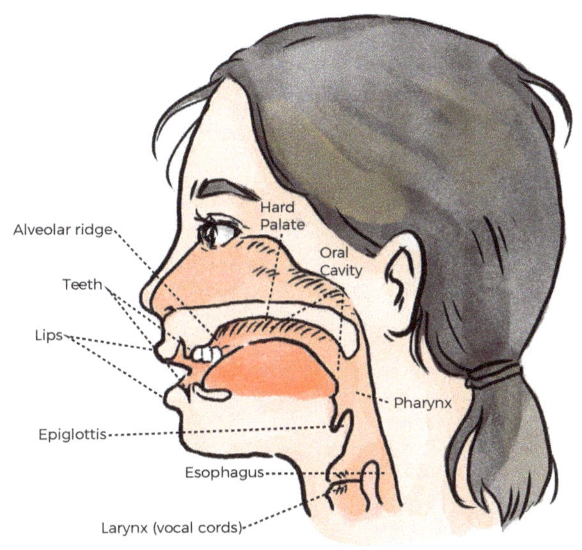

การออกเสียง

กี่ครั้งแล้วที่คุณคุยกับใครสักคนแล้วไม่เข้าใจว่าคู่สนทนากำลังพูดอะไร เพราะ
พวกเขาออกเสียงไม่ชัด ในฐานะนักร้องเราก็ไม่อยากให้เรื่องแบบนี้เกิดขึ้นเวลา
เราร้องเพลงเหมือนกัน! เพราะฉะนั้นเราจะต้องแน่ใจว่าเราสื่อสารข้อความ และ
เรื่องราวในเพลงได้อย่างชัดเจนผ่านการออกเสียง

นี่คือตัวอย่างประโยคลิ้นพัน (Tongue Twister) เพื่อพัฒนาการออกเสียง เริ่ม
อ่านช้าๆ แล้วค่อยๆ เร็วขึ้นนะ

1. Peter Piper :
Peter Piper picked a peck of pickled
peppers. Did Peter Piper pick a peck of pickled peppers?
If Peter Piper picked a peck of pickled peppers, where's
the peck of pickled peppers Peter Piper picked?

2. Woodchuck :
How much wood would a woodchuck chuck if a wood-
chuck could chuck wood? He would chuck, he would, as
much as he could, and chuck as much wood as a wood-
chuck would if a woodchuck could chuck wood.

3. Ice Cream :
I scream, you scream, we all scream for ice cream!

4. Fuzzy Wuzzy :
Fuzzy Wuzzy was a bear. Fuzzy Wuzzy had no hair.
Fuzzy
Wuzzy wasn't very fuzzy, was he?

5. Betty Botter :
Betty Botter had some butter, "But", she said, "this butter's better. If I bake this bitter butter, it would make my batter bitter. But a bit of better butter- that would make my batter better." So she bought a bit of butter, better than her bitter butter and she baked it in her batter, and the batter was not bitter. So 'twas better Betty Botter bought a bit of better butter.

6. She Sells Sea Shells : She sells sea shells by the sea shore. The shells she sells are surely seashells. So if she sells shells on the seashore, I'm sure she sells seashore shells.

7. I Thought : I thought a thought. But the thought I thought wasn't the thought I thought I thought.

เสียงสามเสียงที่ใช้อย่างแพร่หลายในการร้องเพลง

มีเสียงอยู่สามช่วงเสียงที่นักร้องใช้ประโยชน์ได้ในหลายๆ สถานการณ์ แต่ฉัน
ชอบเรียกว่า สามวิธีที่นักร้องสามารถเก็บเอาไว้ในกล่องอุปการณ์ของนักร้อง
มากกว่า เสียงแรกคือ เสียงช่วงอก (Chest Voice) เป็นเสียงที่ก้องกังวานในช่วง
อก ทำให้เสียงที่เปล่งออกมามีเสียงต่ำ ทุ้ม และเต็มเสียง เสียงที่สองคือ เสียง
ศีรษะ (Head Voice) ที่จะก้องในศีรษะ ทำให้เสียงเบา และบางกว่า เสียงที่สาม
คือ เสียงผสม (Mixed Voice) เป็นเสียงตรงกลางระหว่างเสียงช่วงอกและเสียง
ศีรษะนั่นเอง อย่าลืมว่านักร้องแต่ละคนมีช่วง "พัก" ที่แตกต่างกันไป พวกเขาจึง
เปล่งเสียงในช่วงอก ศีรษะ และเสียงผสมด้วยโน้ตที่ต่างกันไปเช่นกัน

ลองร้องคำว่า "โอ้" จากบันไดเสียงโครมาติกนี้ แล้วดูว่าคุณออกเสียงจากเสียง
ช่วงอก ศีรษะ และเสียงผสมตรงไหนบ้างดูนะ

แบบฝึกหัด "โอ้"
'Oh' Exercise

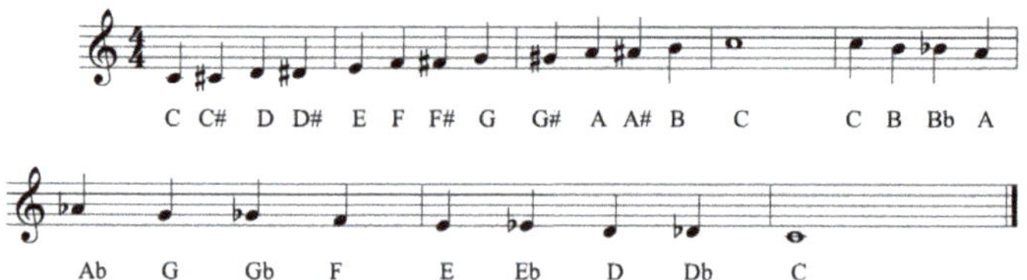

เรียนรู้เทคนิคการแสดงอย่างมืออาชีพ

นอกจากการถ่ายทอดข้อความของเพลงอย่างมั่นใจด้วยเสียงแล้ว การถ่ายทอด
ข้อความด้วยตัวตนบนเวทีก็สำคัญสำหรับนักร้องไม่แพ้กัน แน่นอนว่าระหว่าง
ความหยิ่งยะโส และการแสดงความมั่นใจนั้นมีความแตกต่างกัน การดูเหมือน
เป็นดาวเด่นระหว่างการแสดงเป็นเรื่องของความมั่นใจ และความกล้า คุณอาจ
จะรู้สึกกังวล และตื่นเต้นเวลาร้องเพลงต่อหน้าสมาชิกในครอบครัว แต่คุณรู้
หรือไม่ว่าแม้แต่นักร้องที่เคยร้องเพลงต่อหน้าผู้ชมนับพัน ก็รู้สึกเหมือนกับคุณ
และมันโอเคที่จะรู้สึกแบบนั้นนะ! แค่ฝึกซ้อมการแสดง และใช้ความรู้สึกกังวล
นั้นให้เป็นประโยชน์สิ สนุกไปกับช่วงเวลานั้น สนุกไปกับการแสดง และอวยพร
โลกใบนี้ด้วยพรสวรรค์ที่พระเจ้ามอบให้คุณเถอะนะ!

ยืนหน้ากระจกและร้องเพลงโปรดของคุณดูนะ เปิดเพลงจากโทรศัพท์หรืออุปก
รณ์อื่นๆ แล้วก็หยิบอะไรก็ได้มาเป็นไมโครโฟนของคุณ เป็นอย่างไรบ้าง คุณดู
เหมือนต้นไม้ที่อ๋อ หรือว่ารู้สึกผ่อนคลาย และสนุกกันล่ะ

การเรียนรู้เทคนิคการแสดงอย่างมืออาชีพต้องการการฝึกซ้อมการใช้ไมโครโฟน ขาตั้งไมค์ เวที และสมาชิกในวงของคุณ เหนือสิ่งอื่นใดคือร่างกายของคุณเอง เพื่อสร้างความมั่นใจที่จะช่วยให้คุณสนุกไปกับการแสดงที่ยอดเยี่ยมได้ไงล่ะ ถ้าคุณอยากจะเดินไปทางด้านซ้ายของเวที ก็เดินไปอย่างมีเป้าหมาย อย่าเดิน เซไปเซมา หรือเอ่ยขอทางว่า 'ขอโทษที่ฉันกำลังเดินไปทางขวา' คุณต้องขยับตัว ด้วยความมั่นใจ และชัดเจนในทุกก้าวย่างของคุณ ถ้าคุณอยากใช้มือหรือสีหน้า ท่าทางของคุณ ก็ใช้เลย! ขอให้แน่ใจว่าคุณทำเพื่อเป้าหมายบางอย่าง และทำ อย่างจริงจังก็พอ คุณไม่ใช่หุ่นเชิดสักหน่อย ผ่อนคลายเข้าไว้! ฉันบอกลูกศิษย์ ของฉันตลอดเวลาเลยว่าในฐานะนักร้อง พวกเราต้องแสดงออกได้ทุกวิธี ไม่ใช่ แค่ด้วยเสียง แต่ด้วยภาษากาย และสีหน้าท่าทางของเราด้วย ขอให้เล่าเรื่องราว ด้วยทุกสิ่งที่คุณมี ทั้งหัวใจ ร่างกาย และจิตวิญญาณณะ!

เทคนิคการใช้ไมโครโฟนอย่างถูกต้อง

จัดการความตื่นเวทีด้วยเทคนิคการแสดงอย่างมืออาชีพ

- หายใจ!
- รู้ไว้ว่าคุณอาจจะรู้สึกกังวล แต่บอกตัวเองด้วยว่ามันโอเค! คุณพยายามมาก
กับการแสดงนี้ และคุณก็ทำมันได้เจ๋งมากๆ ด้วย!
- แสดงอารมณ์ความรู้สึก และความกระตือรือร้นที่คุณมีให้กับการแสดงนี้ออก
มา อย่าไปฝืนมันเอาไว้ ลุยไปเลย!
- บอกตัวเองว่าทุกคนอยู่ที่นี่ "เพื่อ" คุณ ไม่ได้ต่อต้านคุณ สนุกกับตัวเองเข้าไว้!

คราวนี้ ยืนหน้ากระจกและร้องเพลงโปรดของคุณอีกครั้ง เปิดเพลงจากโทรศัพท์
หรืออุปกรณ์อื่นๆ หยิบอะไรก็ได้มาเป็นไมโครโฟน แล้วลองขยับตัวเต้น ขยับไป
ทางนั้นทางนี้อย่างมีเป้าหมายนะ ใช้มือทั้งสองข้าง หลับตา แล้วปลดปล่อยตัว
ตนของคุณออกมา จงเป็นคุณ!

ไดนามิค
ของเสียง

ไดนามิคของเสียงเป็นเทคนิคหนึ่งที่ช่วยให้เสียงเพลงของคุณมีชีวิตชีวา! ช่วง
สื่ออารมณ์ ทำให้การแสดงไม่น่าเบื่อหรือนิ่งเกินไป ลองคิดดูสิว่าคุณจะเบื่อแค่
ไหน ถ้าดูภาพยนตร์เรื่องหนึ่ง แล้วมีฉากที่ถูกเล่นซ้ำไปซ้ำมาตลอดเรื่อง คุณอาจ
จะเดินออกจากโรงเลยด้วยซ้ำ! สำหรับนักร้องก็เหมือนกัน ถ้าไม่ใช้ไดนามิคของ
เสียงเลย การแสดงนั้นก็จะกลายเป็นเรื่องน่าเบื่อ หรือเป็นการแสดงทั่วไปไม่มี
อะไรพิเศษ ในบทที่แล้วบอกไว้ว่า ถ้าคุณต้องการจะเล่าเรื่องราว หรือสื่อสาร
บางอย่าง คุณจะต้องพาผู้ฟังไปกับคุณด้วย และเมื่อนักร้องใช้ไดนามิคของเสียง
อย่างมีประสิทธิภาพ ผู้ฟังก็จะรู้สึกประทับใจ หรือรับอารมณ์ที่คุณต้องการจะ
สื่อได้นั่นเอง

เครื่องมือของไดนามิคของเสียง

Crescendo and Decrescendo (Diminuendo)

เครสเซนโด้ (Crescendo) คือการค่อยๆ เพิ่มความดังของเสียง ส่วน ดีเครสเซน
โด้ (Decrescendo) คือการผ่อนเสียงเบาลง นักร้องสามารถเพิ่มเสียงให้ดังขึ้น
ได้เมื่อกำลังจะร้องท่อนที่เต็มไปด้วยพลัง หรืออารมณ์ในเพลง (ส่วนใหญ่ก็คือ
ท่อนคอรัส) และยังลดเสียงให้เบาลงเมื่อพวกเขาต้องการสร้างความแตกต่าง
ระหว่างช่วงที่อารมณ์ของเพลงอัดแน่น ให้กลับไปสู่ภาวะ "สงบนิ่ง" ของเพลง
ก็ได้

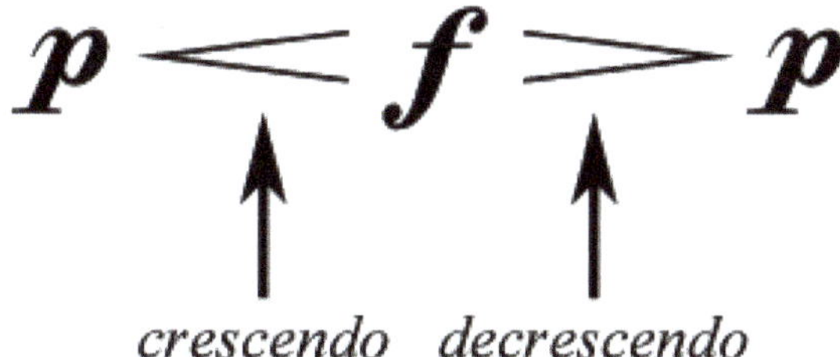

แบบฝึกไดนามิคของเสียง
Vocal Dynamic Exercise

แบบฝึกบา บา แบล๊คชีป
Baa Baa Black Sheep Exercise

pp Pianissimo, Very Soft
p Piano, Soft
mp Mezzo-Piano, Half Soft
mf Mezzo-Forte, Half Loud
f Forte, Loud
ff Fortissimo, Very Loud

การออกเสียง

อย่างที่ได้บอกไปในบทที่แล้ว การออกเสียงเป็นสิ่งที่สำคัญมากๆ สำหรับนัก
ร้องทุกคน การร้องเพลงเหมือนบ่นอุบอิบจะทำให้นักร้องหลุดจากเพลงได้อย่าง
ง่ายดาย เราต้องแน่ใจว่าเราออกเสียงแต่ละคำอย่างชัดเจน และมีเอกลักษณ์

เพิ่มการพักเสียง
(Adding Vocal Rests)

การพักเสียงช่วยสร้างมิติให้กับเพลงได้อย่างมาก ด้วยการพักเสียงเหล่านี้ ผู้ฟัง
จะสามารถหยุด และนึกถึงสิ่งที่พวกเขาได้ยินได้ จำไว้ว่าเราต้องการให้ผู้ฟังเข้า
ร่วมการเดินทางที่เต็มเปี่ยมไปด้วยอารมณ์กับเรา!

สีสันของเสียง

ฉันรักสีสัน! เพื่อนและครอบครัวที่มาเยี่ยมบ้านของฉันรู้ทุกคนว่าฉันชอบสีโทน
พาสเทลมาก ฉันรักการเพิ่มสีตรงนั้นตรงนี้ เลือกสีสันที่เข้ากัน ไม่ว่าจะเป็น
อุปกรณ์ในครัวจนถึงผ้าปูเตียง และปลอกหมอนเพื่อเพิ่มชีวิตชีวาให้กับบ้านของ
ฉัน หลายๆ คนที่เดินผ่านประตูบ้านของฉันพูดเป็นเสียงเดียวกันเลยว่า "นี่บ้าน
ของอักษราแน่ๆ!" (ฉันจะถือว่าเป็นคำชมก็แล้วกัน!) สำหรับนักร้องก็เหมือนกัน
วินาทีที่มีคนได้ยินเสียงของคุณ พวกเขาควรมีปฏิกิริยาแบบ "นี่คือเสียงของคน
นั้น คนนี้แน่ๆ" เพราะอะไรน่ะหรือ เพราะว่าเสียงของทุกคนนั้นแตกต่างกัน มี
จุดเด่น และมีเอกลักษณ์ที่ไม่เหมือนกันไงล่ะ เราใช้คำว่า สีสันของเสียง (Vocal
Tones & Timbre) เพื่อบรรยายจุดเด่น และเอกลักษณ์ของเสียง ซึ่งสีสันของ
เสียงอันประกอบไปด้วย ระดับสูงต่ำและและน้ำเสียงนั้นใช้สลับกันได้ น้ำเสียง
(Timbre) คืออารมณ์ของเสียงของคุณ ซึ่งเราใช้คำเหล่านี้เพื่อบรรยายน้ำเสียง
ต่างๆ ชัดเจน (clear) สดใส (bright) นุ่มนวล (rich) เสียงพุ่ง (focused) เสียง
ไม่พุ่ง (unfocused) อ่อนหวาน (mellow) ห้าว (harsh) ทุ้มต่ำ (heavy) อบอุ่น
(warm) แบน (flat) เบาบาง (light) เป็นต้น เราไม่ได้ใช้ระดับเสียง จังหวะ หรือ
ความดังมาเป็นมาตรวัดสีสันของเสียง และเรายังใช้สีต่างๆ มาบรรยายจุดเด่น
ของเสียงของนักร้องแต่ละคนได้อีกด้วย

นี่คือสีที่ฉันกำหนดให้ คุณคิดว่า "น้ำเสียง" (Vocal Timbre) แบบไหนเหมาะกับ
สีอะไรล่ะ

บทที่ห้า
การพัฒนาและปรับปรุงสุขภาพเสียง

บทนี้เป็นหัวข้อที่ฉันชอบมากๆ บทหนึ่งเลย ฉันรักทุกอย่างที่เกี่ยวกับสุขภาพ และโภชนาการ ยิ่งเสียงของเราเป็นเครื่องดนตรีที่สร้างจากเลือดและเนื้อ อาหารและโภชนาการก็ยิ่งสำคัญสำหรับนักร้องมากยิ่งกว่านักดนตรีอื่นๆ นักร้องต้องใส่ใจให้มากว่าเรารับประทานอะไร เติมอะไรเข้าไปในร่างกายของเราบ้าง โดยเฉพาะอย่างยิ่งในวันก่อนการแสดง อาหารที่ไม่ดีส่งผลต่อเสียงด้วยการสร้างเสมหะหรือเมือก หรือทำให้เส้นเสียงแหบแห้งได้

ในฐานะนักร้อง เราต้องใส่ใจสุขภาพเสียงของเรา เพื่อไม่ให้เกิดการใช้เสียงมากเกินไป หรือเส้นเสียงเกิดความเหนื่อยล้า การใช้เสียงมากเกินไป (Vocal Abuse) เกิดขึ้นหลังจากการร้องเพลง หรือพูดเป็นระยะเวลานาน ทำให้กล่องเสียงเจ็บซึ่งส่งผลให้เสียงมีลมมากเกินไป ความเหนื่อยล้าของเสียง (Vocal Fatigue) ส่งผลให้นักร้องไม่สามารถร้องเพลงได้เป็นระยะเวลานาน ในบางคนอาจมีตุ่มเล็กแข็งคล้ายตาปลาขึ้นในเส้นเสียง หรือติ่งเนื้อซึ่งเกิดจากการบาดเจ็บของหลอดเลือดเหมือนแผลพุพอง

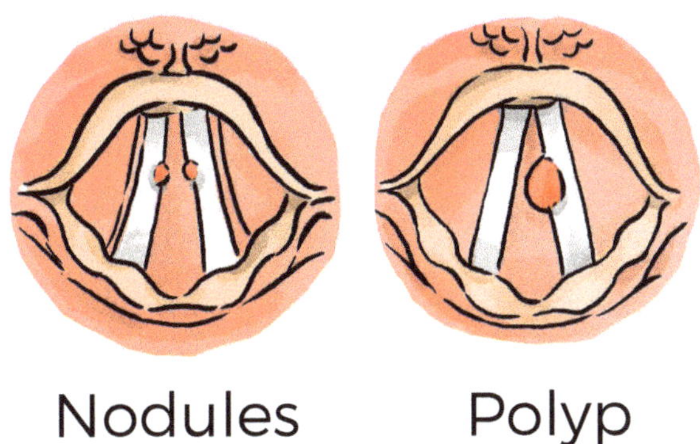

มันเป็นเรื่องสำคัญมากที่เราจะมอบความรัก เอาใจใส่เส้นสุขภาพเสียงของเราเป็นพิเศษ! และนี่คือตารางโภชนาการสำหรับนักร้อง ที่ทุกคนสามารถใส่รายชื่ออาหารที่ส่งผลกระทบต่อเส้นเสียงของเราได้นะ

ตารางโภชนาการสำหรับนักร้อง

อาหารที่ดีต่อนักร้อง	อาหารที่ไม่ดีต่อนักร้อง
น้ำเปล่า!	ผลิตภัณฑ์จากนม
ชาสมุนไพร	ผงชูรส
ผลไม้ที่ไม่อยู่ในตระกูลส้ม	แอลกอฮอล์ปริมาณมาก
พาสต้า	น้ำตาลทรายขาว
ไข่	การสูบบุหรี่
ผักต่าง ๆ	คาเฟอีน
เนื้อที่มีไขมันแทรกน้อย	สารให้ความหวาน
	ฟาสต์ฟู้ด
	อาหารรสชาติเผ็ด

ได้โปรดอย่าลืมว่าเราทุกคนมีร่างกายที่แตกต่างกัน บางคนอาจไม่ได้รับผล
กระทบใดๆ จากอาหารหรือเครื่องดื่มที่พวกเขารับประทาน ในขณะที่บางคน
อาจจะได้รับผลอย่างรุนแรงก็ได้

- ดื่มน้ำที่อุณหภูมิห้องเยอะๆ

- รับประทานผลไม้ที่มีน้ำเยอะเพื่อเติมน้ำและพลังงานให้กับร่างกาย

- รับประทานผักที่มีน้ำเยอะเพื่อเติมน้ำและแร่ธาตุให้กับร่างกาย

- อย่าดื่มกาแฟ หรือเครื่องดื่มที่มีคาเฟอีนภายในสองถึงสามชั่วโมงก่อนการ
  ร้องเพลง

- อย่าดื่มเครื่องดื่มเย็นภายในสองถึงสามชั่วโมงก่อนการร้องเพลง
  นอกจากการให้ความสำคัญกับสิ่งที่เราทานและดื่มก่อนการแสดงแล้ว
  การวอร์ม เส้นเสียงของเราอย่างถูกต้องก็สำคัญไม่แพ้กัน สำหรับคนที่
  ออกกำลัง
  กายเป็นประจำ พวกคุณน่าจะรู้แล้วว่าถ้าไม่ยืดเส้นยืดสายเสียก่อน
  คุณก็มีโอกาส
  ที่จะบาดเจ็บ และปวดเมื่อยมากๆ ในวันต่อมา สำหรับการร้องเพลง
  ก็ไม่ต่างกัน
  ถ้าเราไม่วอร์มเส้นเสียงของเราอย่างถูกต้อง เส้นเสียงก็อาจจะบาดเจ็บ
  ทั้งในระยะ
  สั้น และถาวรได้ เราได้รับเสียงที่ไพเราะมาแล้ว เพราะฉะนั้นอย่าลืมดูแล
  เสียงของเราให้ดีๆ นะ!

การวอร์มเสียง

1. ฮัมเพลง (Humming)

ฝึกฮัมเพลงในซีเมเจอร์สเกล (C Major scale) ออกเสียงสูงต่ำ สบายๆ เข้าไว้ แค่ฮัมเพลงก็พอ! การฮัมเพลงเป็นการวอร์มเสียงที่ดีมากๆ ก่อนการแสดง โดยเฉพาะอย่างยิ่งถ้าคุณเหลือเวลาน้อยมากๆ!

แบบฝึกฮัมเพลง

Humming Exercise

2. เสียงไซเรน (Sirens)

การวอร์มเสียงแบบนี้ดีสำหรับการเปิดช่องคอ และผ่อนคลายกล่องเสียง ฉันอยากให้คุณอ้าปากกว้างๆ ออกเสียงสระโอ เริ่มจากเสียงต่ำในเสียงช่วงอก แล้วค่อยๆ ขึ้นเสียงสูงในเสียงช่วงศีรษะ ระวังอย่าหยุดพักล่ะ ออกเสียงให้ราบลื่นที่สุดเท่าที่จะทำได้! ลองคิดว่าคุณกำลังออกเสียงเหมือนขึ้นรถไฟเหาะสิ พร้อมนะ หนึ่ง สอง สาม "โอวววววว"

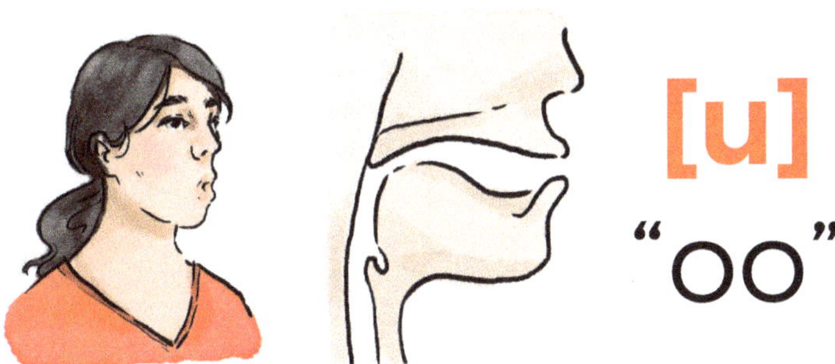

3. **ลิปโรล** (Lip Rolls)

ลิปโรลเป็นการวอร์มเสียงที่ฉันชอบมาก! วางนิ้วกลางทั้งสองข้างใต้โหนกแก้ม
ของคุณ แล้วปล่อยให้ริมฝีปากของคุณ "โรล" จนออกเสียงเหมือน "บรื๊อ" ลอง
ฝึกทำทั้งเสียงสูงและต่ำ เริ่มจากเสียงต่ำแล้วค่อยๆ สูงขึ้น สูงขึ้นเรื่อยๆ ดูนะ!

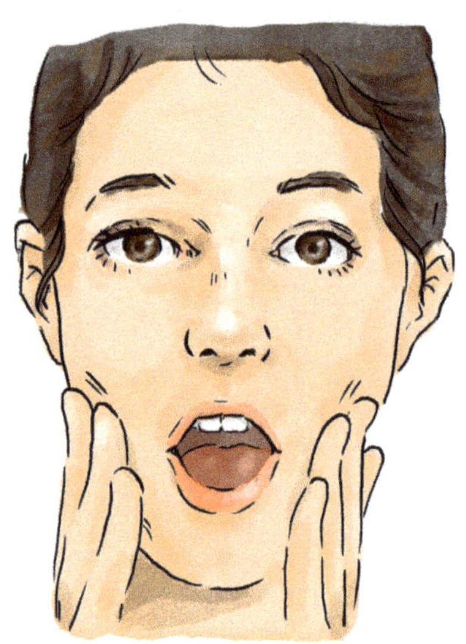

4. **ออกเสียงผ่านหลอด** (Straw Phonation)

การออกเสียงผ่านหลอดคือเมื่อคุณใช้หลอดมาช่วยเวลาที่คุณเปล่งเสียง ฉันรู้จัก
การออกเสียงผ่านหลอดครั้งแรกก็ตอนที่เจอวิดีโอของด็อกเตอร์อิงโก อาร์ ทิตซ์
(Dr Ingo R. Titze) และการวอร์มเสียงนี้ส่งผลกระทบ และสร้างความตึงเครียด
ให้กับกล่องเสียงน้อยกว่าแบบอื่นๆ แต่ช่วยให้กล่องเสียงผ่อนคลายได้อย่างพอ
เหมาะ

หยิบหลอดเล็กๆ มาสักอันหนึ่งแล้วเป่าลมผ่านหลอด พยายามให้ลมหายใจ
สม่ำเสมอด้วยนะ อย่าใช้ลมมากเกินไป เอาล่ะ ตอนนี้ก็เริ่มร้องเสียงในซีเมเจอร์
สเกลผ่านหลอดดูนะ ค่อยๆ เป่าโน้ตแต่ละตัวออกมา เยี่ยมมาก! คราวนี้ฉัน
อยากให้คุณลอง "ร้อง" เพลงนี้ "ทวิงเกิ้ล ทวิงเกิ้ล ลิตเติ้ล สตาร์ (Twinkle
Twinkle Little Star)" ผ่านหลอดดู ไม่ยากเลยใช่มั้ยล่ะ ฉันรักการวอร์มเสียง
แบบนี้มากเลย!

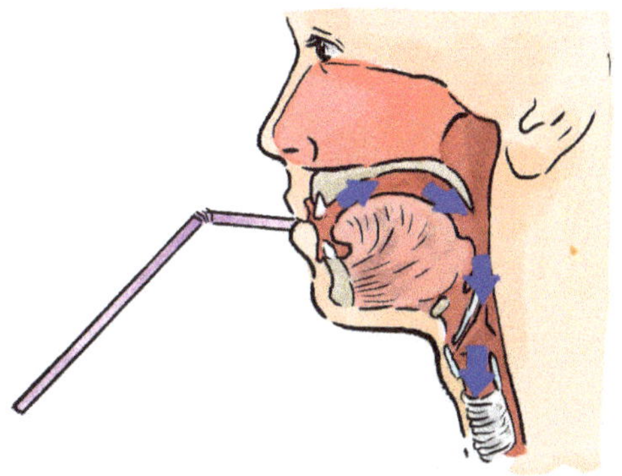

5. **สควอท และร้อง** (Squat & Sing)
ฉันสร้างการวอร์มเสียงแบบนี้ขึ้นตอนที่รู้ว่าลูกศิษย์หลายๆ คนของฉันมีพลังไม่
พอสำหรับการขยับและร้องเพลงไปพร้อมๆ กันได้ การฝึกนี้ไม่เพียงแค่ทำให้คุณ
สุขภาพดี แต่ยังทำให้คุณร้องเพลงได้อย่างดีไม่ว่าคุณจะเหนื่อยแค่ไหนก็ตาม
ทุกอย่างขึ้นอยู่กับการควบคุมร่างกายของคุณแล้ว!

เพราะฉะนั้น ฉันอยากให้ทุกคนสควอทให้ฉันหน่อย คุณทำได้น่า! แล้วตอนที่
คุณสควอทอยู่ก็ลองทำแบบฝึกนี้ดูนะ อย่าลืมล่ะ เข่าทั้งสองข้างต้องงอ สะโพก
ยื่นนิดหน่อย ผ่อนคลายอกและไหล่ มองตรงไปข้างหน้า และกระดูกสันหลังอยู่
ตรงกลางนะ พร้อมหรือยัง ไปกันเลย!

แบบฝึกสควอท และร้อง
Squat & Sing Exercise

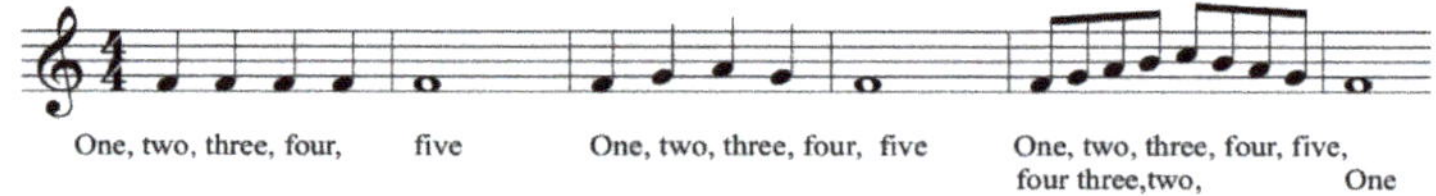

บทที่หก
การร้อง
ประสานเสียง

มีคนมากมายถามฉันว่า "อักษรา ฉันจะร้องประสานเสียงได้ยังไง ฉันจะหาเสียง
ประสานยังไง ถ้าไม่ได้ยินเสียงประสานควรทำยังไง แล้วถ้าฉันหลุดออกจาก
กระประสานเสียงล่ะ" ในบทนี้ ฉันจะแบ่งเสียงประสานแบบต่างๆ ให้เอง และ
มันไม่ได้น่ากลัวอย่างที่คุณคิดหรอกนะ! อย่ามองมันให้ยากเกินไปเลย ก่อน
อื่น เรามาลองหาคำตอบกันว่าการประสานเสียงคืออะไรกันดีกว่า การประสาน
เสียง คือการประสานโน้ตดนตรีหลายๆ ตัวพร้อมๆ กันในคอร์ดคอร์ดหนึ่ง ทำให้
เกิดเสียงที่ไพเราะน่าฟัง การประสานเสียงช่วยเพิ่มเสียงให้กับเพลง คุณจะร้อง
ประสานเสียงสองแนว
(two-part) สามแนว (three-part) สี่แนว (four-part) ห้าแนว (five-part) หรือใช้
แนวต่อๆ ไปก็ได้ และในบทนี้ เราจะลองมาดูการร้องประสานเสียงสองแนว
(two-part harmonies) กัน ในการร้องประสานเสียงแบบนี้จะมีเสียงหลักอยู่สี่
เสียง คือโซปราโน (Soprano) อัลโต (Alto) เทเนอร์ (Tenor) และเบส (Bass)
หรือที่เรียกกันย่อๆ ว่า SATB โซปราโนเป็นเสียงระดับสูงสุดของผู้หญิง อัลโต
เป็นเสียงระดับกลาง เทเนอร์เป็นเสียงระดับสูงสุดของผู้ชาย และเบสเป็นเสียง
ระดับต่ำสุดของผู้ชาย ซึ่งร้องตัวโน้ตเสียงต่ำที่สุด

เรามาลองใช้ซีเมเจอร์สเกลหาการประสานเสียงกัน โดยทั่วไป การร้องประสาน
เสียงคือการร้องด้วยตัวโน้ตที่ห่างจาก "โน้ตตั้งต้น (Home note)" คราวนี้เรามา
ลองใช้โน้ต C เป็นโน้ตตั้งต้นของเรากัน

แบบฝึกร้องประสานเสียง
Vocal Harmonizing Exercise

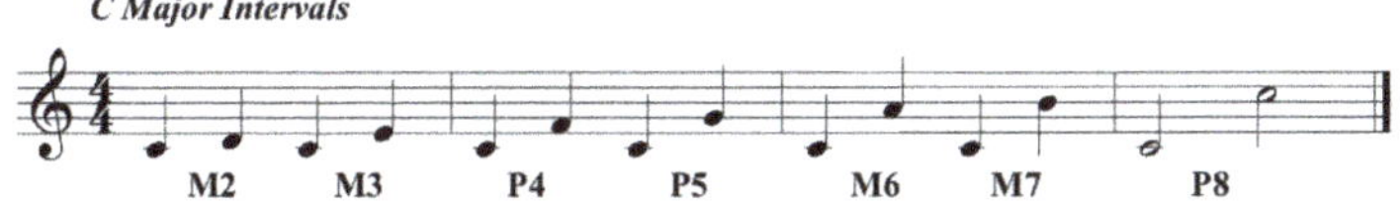

M2: Major 2nd
M3: Major 3rd
P4: Perfect 4th
P5: Perfect 5th
M6: Major 6th
M7: Major 7th
P8: Perfect 8th (Octave)

ฉันอยากให้คุณดาวน์โหลดแอพพลิเคชั่นคีย์บอร์ดในโทรศัพท์ หรือว่าใช้
คีย์บอร์ดหรือเปียโนจริงๆ ใช้ประกอบการทำแบบฝึกนี้ ก่อนอื่นให้ร้อง "โอ" ด้วย
โน้ต C4 จากนั้นก็เริ่มร้องตามโน้ตเหล่านี้ C4 ไป D4 แล้ว C4 ไป E4 แล้ว C4
ไป F4 ต่อจากนั้นก็ C4 ไป G4 C4 ไป A4 C4 ไป B4 แล้ว C4 ไป C5 ระหว่างที่
ลองร้องแบบนี้คุณได้ยินการเปลี่ยนโน้ตที่ราบลื่นหรือเปล่า

หลังจากลองฝึกแบบนี้สักสองสามครั้งแล้ว เล่นโน้ต C4 แล้วลองเลือกโน้ตตัว
อื่นมาร้องโดยที่ไม่ต้องใช้คีย์บอร์ดช่วยดูนะ อย่าลืมลองกดโน้ตดูล่ะว่าคุณออก
เสียงถูกต้องหรือเปล่า! สิ่งที่สำคัญสำหรับการร้องประสานเสียงคือการฝึกให้หู
ของเราได้ยิน "เส้นเสียงประสาน (Harmony Line)" ที่อาจจะเป็นโน้ตที่สูงหรือ
ต่ำกว่าทำนองเพลง และในท้ายที่สุด ทุกอย่างจะต้องเข้ากันได้นั่นเอง!
เอาล่ะ ตอนนี้ฉันอยากให้คุณลองหาเพื่อนมาช่วยร้อง และช่วยกันฝึกแบบฝึกนี้
อีกครั้งด้วยกัน! คราวนี้แทนที่จะร้องแค่ "โอ" ลองร้อง "ทวิงเกิ้ล ทวิงเกิ้ล ลิตเติ้ล
สตาร์ (Twinkle Twinkle Little Star)" ด้วยโน้ต C แทนนะ ให้คุณคนหนึ่งร้อง
ทำนอง อีกคนร้องประสานเสียง ลองเริ่มร้องโน้ตคู่ที่สามหรือห้า แล้วสลับกัน
ร้องประสานดูนะ!

แบบฝึกร้องประสานเสียง (สอง)
Vocal Harmonizing Exercise II

บทที่เจ็ด
การหาสไตล์
ของเสียง

ดนตรีทุกประเภทมีสไตล์ของเสียงร้องที่ต่างกันไป เราเองก็ต้องปรับเสียงร้อง
ตามสไตล์ของดนตรีประเภทต่างๆ เหมือนเวลาที่เราแต่งตัวตามลุคที่เราเห็น
แล้วชอบนั่นเอง ดนตรีประเภทหลักๆ ที่เราได้ยินกันเป็นประจำก็จะมี ป๊อป
(Pop) ร็อค (Rock) คลาสสิค (Classical) คันทรี่ (Country) บลูหรือแจ๊ซ
(Blues/ Jazz) และฮิปฮอป (Hip hop) เป็นต้น ดนตรีแต่ละประเภทมีลักษณะที่
ต่างกันไป ทำให้ดนตรีทุกประเภทมีเอกลักษณ์ที่ไม่เหมือนกัน

เหล่านี้คือประเภทของดนตรีที่โลกเรามีตอนนี้!

ประเภทของดนตรี

- A cappella
- Acid breaks
- Acid house
- Acid jazz
- Acid rock
- Acid techno
- Acid trance
- Acoustic
- Adult contemporary
- Afrobeat
- Afro-Cuban jazz
- Afropop
- Aguinaldo
- Aleatoric
- Alternative country
- Alternative dance
- Alternative hip hop
- Alternative metal
- Alternative R&B
- Alternative rock
- Ambient
- Ambient house
- Americana
- Anarcho-punk
- Anasheed
- Ancient
- Anatolian rock
- Anime
- Anti-folk
- Apala
- Arabic pop
- Argentine rock
- Ars antiqua
- Ars nova
- Ars subtilior
- Art pop
- Art punk
- Art rock
- Artcore
- Ashik
- Assyrian pop music
- Australian country
- Australian pub rock
- Australian hip hop
- Avant-garde
- Avant-garde jazz
- Avant-garde metal
- Avant-punk
- Axe
- Bachata
- Baggy
- Baguala
- Baiao
- Bakersfield sound
- Baila
- Baisha xiyue
- Bajourou
- Bal-musette
- Balakadri
- Balinese Gamelan
- Balearic beat
- Balkan Brass Band
- Ballad
- Ballata
- Ballet
- Baltimore Club
- Bambuco
- Banda
- Bagsawan
- Bantowbol
- Barbershop
- Barcarolle
- Barn dance
- Baroque
- Baroque pop
- Barynya
- Bass
- Bassline
- Bata-rumba
- Batucada
- Paul
- Beach
- Beat
- Beatboxing
- Beautiful
- Bebop
- Beguine/Biguine
- Beiguan
- Bel canto
- Bend-skin
- Benga
- Bent edge
- Bereju
- Berlin School
- Bhajan
- Bhangra
- Bhangragga
- Bio band
- Big beat
- Biguine
- Blackened death metal
- Black metal
- Black MIDI
- Bluegrass
- Blue-eyed soul
- Blues
- Blues ballad
- Blues rock
- Biomusic
- Bitpop
- Bihu
- Boogaloo
- Boenke-Boenke
- Boi
- Bossa Nova
- Bounce
- Bouncy techno
- Brass
- Breakbeat
- Breakbeat hardcore
- Breakcore
- Breakstep
- Brega
- Breton
- Brill Building Sound
- Brit Funk
- Britpop
- British blues
- British folk rock
- British Invasion
- Broken beat
- Brostep
- Brown-eyed soul
- Brukdown
- Bubblegum dance
- Bubblegum pop
- Bullerengue
- Bikutsi
- Bulerias
- Bunraku
- Burger-highlife
- Burgundian School
- Bush ballad
- Byzantine
- Ca din tulnic
- Ca tru
- Cabaret
- Cadence-lypso
- Cadence rampa
- Cai lu o ng
- Cajun
- Cakewalk
- Calinda
- Calgija
- Calypso
- Calypso-style baila
- Campursari
- Can Can
- Candombe
- Canon
- Cantata
- Cante Chico
- Cante jondo
- Canterbury scene
- Cantinas
- Cantiga
- Canto livre
- Cantopop
- Canzone Napoletana
- Capoeira
- Carimbo
- Cariso
- Carnatic
- Carol
- Cartageneras
- Carnavalito
- Cavacha
- Celempungan
- Cello rock
- Celtic
- Celtic fusion
- Celtic hip hop
- Celtic metal
- Celtic punk
- Celtic reggae
- Celtic rock
- Cha-cha-cha
- Chacarera
- Chakacha
- Chalga
- Chamame
- Chamarrita
- Chamber
- Chamber pop
- Champeta
- Changui
- Chanson
- Chant
- Chap hop
- Charanga-vallenata
- Charikawi
- Charleston (dance)
- Chastushka
- Chau van
- Cheo
- Children's music
- Chicago blues
- Chicago house
- Chicago soul
- Chicken scratch
- Chill-out
- Chillwave
- Chinese music
- Chinese rock
- Chiptune
- Chouval bwa
- Chowtal
- Choro
- Christmas carol
- Christmas music
- Christian electronic
- Christian alternative rock
- Christian country
- Christian hardcore
- Christian hip hop
- Christian metal
- Christian music
- Christian punk
- Christian rock
- Christian ska
- Chylandyk
- Chula
- Chumba
- Church music
- Chut-kai-pang
- Chutney
- Chutney Soca
- Cifra
- Cielito
- Classic country
- Classic female blues
- Classical
- Classical period
- Close harmony
- Coladeira
- Coldwave
- Combined ryhthm
- Comedy music
- Comedy rap
- Comedy rock
- Comic opera
- Compas
- Concerto
- Concerto grosso
- Conga
- Conjunto
- Contemporary Christian music
- Contemporary R&B
- Contradanza

ที่มา : ชาร์ลิน นีล (Charlin Neal)

ยกตัวอย่างเช่น การร้องแบบกอสเปล (Gospel) จะใช้เทคนิคการร้องที่เรียกว่า Runs และ Riffs คือการร้องหลายโน้ตในหนึ่งคำบ่อยๆ นักร้องที่อยากจะร้องดนตรีประเภทนี้สามารถฝึกเทคนิค Runs และ Riffs ได้ด้วยการร้องโน้ตที่ต่างกันต่อกันช้าๆ แล้วค่อยๆ เร่งความเร็วขึ้นเพื่อสร้างความไหลลื่นและไม่ติดขัด

นี่คือตัวอย่างดนตรีห้าประเภทที่ฉันอยากให้ทุกคนลองทำการบ้านดู เขียนเอกลักษณ์อย่างน้อยห้าอย่าง และเทคนิคการร้องที่ใช้กันในดนตรีแต่ละประเภทดูนะ

1. Musical Theatre:

____

____

____

2. Rock:

____

____

____

3. Pop:

____

____

____

4. Country:

____

____

____

5. Gospel:

____

____

____

ร้องสิ!
พูดคุยกับพี่น้อง
นักร้องของฉัน

ชาร์ลิน นีล (Charlin Neal)

ผู้นำนมัสการ (Worship Leader) โปรดิวเซอร์ (Vocal Producer) ผู้เชี่ยวชาญ
ด้านการดูแลรักษาเสียง (Vocal Clinician) ออกแบบเสียง (Vocal Arranger)
โค้ชสอนร้องเพลง (Vocal Coach) ผู้กำกับเพลงของอิสราเอล โฮตัน (Israel
Houghton) และวง New Breed

โลอิส ดูเพลสซิส (Lois DuPlessis)

นักแสดงชาวแอฟริกาใต้ นักร้องและผู้นำนมัสการ โลอิสรักการเห็นคนอื่นได้รับ
ชัยชนะ! เธอมีหัวใจแห่งการรับใช้พระเจ้า และกำลังก้าวเดินไปสู่โชคชะตาของ
เธอ และยังมีโอกาสได้ขึ้นแสดงร่วมกับนักร้องที่มีชื่อเสียงมากมาย อีกทั้งยังได้
รับพระพรให้แบ่งปันเรื่องราวและประสบการณ์ของเธอเพื่อช่วยให้คนอื่นๆ ได้
เติบโตขึ้นอีกด้วย โลอิสมีความมุ่งมั่นที่จะพัฒนาตนไปเป็นศิลปิน และหวังว่าจะ
ทำได้ในอนาคต

มิเชล รอสซี (Michelle Rossi)

ผู้นำนมัสการ ร้องประสานให้กับ Planetshakers และยังเป็นโค้ชสอนร้องเพลง
ที่ Planetshakers Creative School เธอมีความมุ่งมั่นที่จะมีชีวิตอยู่เพื่อพระเยซู
และใช้ของขวัญและความสามารถที่พระองค์ประทานให้เพื่อให้เกียรติพระองค์

คุณมีเคล็ดลับสักสามอย่างสำหรับนักร้องไหม

ชาร์ลิน: หนึ่ง มีความมั่นใจในเสียงของตัวเอง เมื่อคุณมีความมั่นใจ
แล้วคุณก็จะร้องเพลงได้อย่างถูกต้อง ไม่ทำให้เส้นเสียงบาดเจ็บแล้วยัง
ร้องได้ไพเราะมากๆ ด้วย สอง ดูแลเสียงของคุณให้ดี เส้นเสียงของคุณ
คือกล้ามเนื้อ บางครั้งมันก็ต้องการการพักผ่อน คุณมีเสียงแค่เสียงเดียว
ใช้ให้ดี สาม เราสามารถเติบโตได้เสมอ เปิดกว้างห้องสมุดดนตรีของคุณ
เพื่อพัฒนาการร้องในหลายรูปแบบของคุณด้วย

มิเชล: การซ้อมสำคัญมาก ทำให้แน่ใจว่าคุณพร้อมที่สุดก่อนจะขึ้นแสดง
ขอให้เปิดกว้าง และทำตัวให้พร้อมเรียนรู้ และพัฒนาเสียงของคุณเสมอ

โลอิส: ทำความรู้จักเสียงของคุณ รักเสียงของคุณ แล้วก็ใช้สิ่งที่คุณมีให้ดี
ใช้จุดแข็งของคุณให้มีประโยชน์ที่สุด แล้วก็พัฒนาจุดอ่อนของคุณ
ไปพร้อมๆ กัน

มีเทคนิคอะไรก่อนขึ้นแสดงหรือเปล่า

ชาร์ลิน: ฉันต้องแน่ใจว่าฉันพักผ่อนเพียงพอก่อนทุกการแสดง เพราะ
บางครั้งจากการเดินทาง หรือว่าภาระรับผิดชอบในครอบครัวอาจทำให้
พักผ่อนน้อยได้ เพราะฉะนั้นเวลาที่ฉันมีเวลาจำกัดฉันจะพูดให้เบาลง
แล้วก็ไม่ตะโกน

มิเชล: ฉันจะวอร์มเสียงด้วยการยืดเส้นยืดสายลิ้นและร่างกายให้
ผ่อนคลาย แล้วก็ยืดหยุ่นด้วยเทคนิคที่เรียกว่า Bubble Trills หรือเป่าปาก
ด้วย 5 tone scale และ Octave scale ต่อจากนั้นฉันก็จะทำเสียงไซเรน
ด้วยเสียง "อู (oo)" และเสียง "เหงอะ (ng)" ฮัมเป็น 5 tone scale
เหมือนกัน

โลอิส: อธิษฐาน ฉันจะอยู่เงียบๆ และตั้งสมาธิ วอร์มเส้นเสียง หลายๆ
ครั้งฉันก็เปิดเพลงแล้วเต้นไปด้วย

มีอาหารหรือเครื่องดื่มอะไรที่คุณต้องทานก่อนแสดงหรือเปล่า

ชาร์ลิน: ฉันดื่มน้ำอุ่นเยอะมาก ไม่ดื่มน้ำเย็นก่อนการแสดงสอง
ชั่วโมง และหลังจากร้องเพลงอีกสองชั่วโมง เสียงของแต่ละคนแตกต่างกัน
และเทคนิคนี้ดีสำหรับฉัน ฉันดื่มชาที่เรียกว่า Throat coat แล้วก็ใส่ยา
ระงับการไอที่เรียกว่า Ricola ลงไปในชาด้วย

มิเชล: ฉันดื่มน้ำเยอะมากๆ แล้วก็ดื่มชา Throat coat อมยาอมโปรพอลิส
ถ้าฉันเสียงแห้งหรือเปราะบางเกินไปฉันจะใช้ผู้ช่วยมหัศจรรย์ของนักร้อง
อย่างสเปรย์สำหรับช่องปากและลำคอ และหลังจากการแสดงฉันจะอม
น้ำแข็ง

โลอิส: ฉันชอบดื่มน้ำร้อนกับน้ำผึ้งและเลมอนก่อนอาหารแต่ละมื้อ
มากๆ ฉันพยายามจะไม่ทานอะไรก่อนจะร้องเพลง แต่บางสถานการณ์มัน
ก็ช่วยไม่ได้ ฉันเองก็ดื่มชา Throat coat เหมือนกัน แล้วก็อมยาอม
Ricola เวลาที่เสียงฉันไม่ได้พักผ่อน ส่วนอาหารฉันว่ามันขึ้นอยู่กับแต่ละ
คนเลย สิ่งที่ดีสำหรับบางคนก็อาจไม่ได้ดีสำหรับทุกคนก็ได้ถ้าเป็นเรื่อง
ร้องเพลง

**ในนักร้องที่เคยร่วมงานด้วยกันในสตูดิโอ ใครที่คุณชอบเป็นพิเศษ
เพราะอะไร**

ชาร์ลิน: นักร้องที่ฉันชอบทำงานด้วยที่สุดคือแดเนียล จอห์นสัน เขา
เป็นโวคัลโปรดิวเซอร์ฝีมือดีที่คอยท้าทายให้ฉันร้องตัวโน้ตและทำเสียง
ต่างๆ ด้วยเสียงที่ฉันไม่เคยคิดเลยว่าจะทำได้

มิเชล: คำถามนี้ยากจัง ฉันเคยทำงานกับหลายๆ คน แต่ถ้าจะให้พูด
ชื่อก็คงมี แมทท์ กัลลาชี่ คาร์ลี บราวน์ แล้วก็สก็อต แอนเดอร์สัน

โลอิส: แดเนียล จอห์นสัน ไม่เพียงแต่หนุนใจให้ฉันเชื่อมั่นในเสียงของ
ตัวเอง แต่ยังกระตุ้น แล้วก็สอนฉันว่าควรจะทำอย่างไรอีกด้วย ฉันเติบโต
ในฐานะนักร้องได้ด้วยการชี้แนะของเขา และฉันรู้สึกขอบคุณมากๆ เลยล่ะ

คุณมีคำแนะนำอะไรสำหรับนักร้องที่ตื่นเต้นก่อนการแสดงหรือเปล่า

ชาร์ลิน: ในฐานะผู้เชื่อ ฉันอธิษฐานเกี่ยวกับทุกอย่างเลย เพราะงั้น
เวลาที่ฉันกังวลหรือตื่นเต้น ฉันก็จะอธิษฐาน การอธิษฐานช่วยทำให้ฉัน
สงบจิตใจลง แล้วก็ช่วยให้ฉันมีสมาธิได้ อีกอย่างคือผ่อนคลาย มีความ
มั่นใจในตัวเอง ในเสียงของคุณ แล้วก็ออกไปลุยเลย

มิเซล: หายใจเข้าลึกๆ บอกตัวเองว่าคุณทำได้เพราะคุณฝึกมาหนัก
แล้ว แล้วก็มองตัวเองด้วยแง่บวกด้วย ฉันเองก็ชอบอธิษฐานก่อนแสดง
เหมือนกัน

โลอิส: ใช้ความตื่นเต้นเหล่านั้นมาเป็นพลังให้กับการแสดง ความตื่น
เต้นเป็นเรื่องดีถ้าคุณเอามาใช้ในการทำงาน! แต่มันจะแย่ทันทีเลยถ้า
คุณปล่อยให้มันกัดกินคุณ เพราะมันจะเปลี่ยนเสียงของคุณ ส่งผลกระ
ทบต่อความมั่นใจ และทำลายการแสดงของคุณ

คุณจัดการความผิดพลาดระหว่างการแสดงอย่างไร

ชาร์ลิน: ฉันต้องรู้ตัวว่าฉันไม่ได้เพอร์เฟ็ค ไม่มีใครเพอร์เฟ็ค เพราะงั้น
เวลาที่เกิดข้อผิดพลาดขึ้นมาฉันก็จะไม่แสดงออกมาบนเวทีว่า
ฉันพลาด เพราะมีโอกาสมากมายที่คนดูกว่าครึ่งของคุณจะไม่รู้ว่าคุณ
พลาดอะไร แต่หลังการแสดง ฉันจะแก้ไขข้อผิดพลาดนั้นด้วย การซ้อม
ส่วนที่ ฉันพลาดไป ถือเป็นการเตรียมตัวสำหรับการแสดงต่อไปด้วย
จำไว้ว่าอย่าแสดงออกว่าคุณพลาดไม่ว่าจะด้วยหน้าหรือภาษากายก็ตาม!

มิเซล: ฉันจะยิ้ม แล้วก็แสดงต่อ คุณเปลี่ยนสิ่งที่เกิดขึ้นแล้วไม่ได้ แต่
คุณสามารถใส่พลังเต็มที่กับการแสดงที่เหลืออยู่ได้นี่นา

โลอิส: ฉันพูดเสมอเลยว่า "จงพลาดอย่างมั่นใจ" เพราะส่วนใหญ่แล้ว
คนดูไม่รู้หรอกว่าคุณพลาดอะไร (ยกเว้นเสียแต่คุณร้องเพลงในห้องที่มี
แต่นักร้องน่ะนะ) เพราะงั้นก็พลาดไปเถอะ แต่ร้องต่อไปเหมือนคุณจงใจ
ใส่ข้อผิดพลาดเล็กๆ นั้นเอาไว้เอง พลาดแล้วก็แสดงต่อไป คุณไม่
สามารถทิ้งดิ่งตัวเองลงไปในสิ่งที่เกิดขึ้นแล้วได้หรอกนะ คุณต้อง
ยอมรับมัน แล้วก็พัฒนาตัวเองให้ดีขึ้นสำหรับครั้งต่อไป

อะไรคือแรงบันดาลใจในฐานะนักร้องของคุณ

ชาร์ลิน: ฉันรักเสียงเพลง! ดนตรีเป็นแรงบันดาลใจของฉัน ทุกคอร์ด ทุกเสียง ทุกจังหวะทำให้ฉันร้องเพลงได้แตกต่างกัน และทำให้ฉันเขียนเนื้อเพลงเพื่อพัฒนาดนตรีได้อีก การพบเจออุปสรรค หรือฤดูกาลที่แย่ในชีวิตก็ทำให้ฉันสามารถร้องเพลงสื่อความรู้สึกเครียด ความกลัว ความต้องการ และความชื่นชมยินดีได้เหมือนนัน

มิเชล: ผู้คนที่มีเอกลักษณ์ มีความเป็นธรรมชาติ แล้วก็มีความสามารถ ฉันนับถือคนที่ซื่อสัตย์ต่อสิ่งที่ตัวเองเป็น

โลอิส: ฉันเป็นคนที่ชอบเนื้อเพลงมาก ถ้าฉันถูกใจเพลงไหนเข้า 90% เป็นเพราะเนื้อเพลง แต่ละคนมีสไตล์ น้ำเสียง และวิธีสื่อสารที่แตกต่างกันออกไป แต่เนื้อเพลงกระตุ้นจิตใจฉันได้มากกว่าสิ่งอื่นๆ นักเขียนเพลงอย่างอินเดีย อาเรีย นาตาชา เบดิงฟีลด์ และนักร้องนักแต่งเพลงอีกหลายๆ คนก็เป็นแรงบันดาลใจของฉันเหมือนกัน!

บทที่เก้า
แอพพลิเคชั่นที่
นักร้องทุกคนควรมี

Metronome : https://itunes.apple.com/us/app/metronome- /
id416443133?mt=8
ฉันรักแอพนี้มาก การร้องเพลงในกำหนดเวลาสำคัญมากสำหรับนักร้อง เริ่ม
จากการร้องเอบีซีด้วยอัตราการเต้นของหัวใจ 68 BPM แล้วค่อยๆ เพิ่มให้เร็วขึ้น
เป็น 72 BPM 76 BPM และ 80 BPM ดูนะ

Sing Friend : https://itunes.apple.com/us/app/singing- vocal-warm-
ups-singers-friend/id350913803?mt=8
เป็นแอพที่เยี่ยมมากสำรับการวอร์มเสียงก่อนการแสดง! และยังมีเรนจ์เสียงทุก
แบบให้ลองอีกด้วย

Pocket Pitch : https://itunes.apple.com/th/app/pocket-pitch- the-sing-
er-app/id1005725401?mt=8:
นี่เป็นแอพที่ดีมากๆ สำหรับตัวอย่างระดับเสียงร้อง

Perfect Piano : https://itunes.apple.com/us/app/perfect- piano-mi-
di-keyboard/id942937409?mt=8:
สำหรับนักร้อง การเล่นสเกลพื้นฐานด้วยคีย์บอร์ดและเปียโนก็เป็นเรื่องสำคัญ
ไม่แพ้กัน!

ศัพท์บัญญัติ

• Air Function/ Air Flow การหายใจ และลมหายใจ คือความเร็วของอากาศที่ไหลผ่านช่องปากของเรา

• Chest Voice เสียงช่วงอก เป็นเสียงที่ก้องกังวานในช่วงอก ทำให้เสียงที่เปล่งออกมามีเสียงต่ำ ทุ้ม และเต็มเสียง

• Crescendo เครสเซนโด้ คือการค่อยๆ เพิ่มความดังของเสียงในดนตรี

• Decrescendo ดีเครสเซนโด้ (Decrescendo) คือการค่อยๆ ลดความดังของเสียงในดนตรี

• Diaphragm กระบังลม กระบังลมของพวกเราช่วยสนับสนุนเส้นเสียงด้วยการขยายตัวโดยอัตโนมัติ

• Diction การออกเสียง ในฐานะนักร้อง เราต้องแน่ใจว่าเราสื่อสารข้อความหรือเรื่องราวของเพลงได้ด้วยการออกเสียงแต่ละคำอย่างชัดเจน

• Flat Notes แฟลตโน้ต ถ้าเรามีอากาศไม่เพียงพอ โน้ตที่เราเปล่งออกมาก็มีโอกาสที่จะกลายเป็นแฟลตโน้ตได้ แฟลตโน้ตคือระดับเสียงที่ถูกเปล่งออกมาต่ำกว่าโน้ตที่เราตั้งใจเอาไว้

• Harmony การประสานเสียง คือการประสานโน้ตดนตรีหลายๆ ตัวพร้อมๆ กันในคอร์ดคอร์ดหนึ่ง ทำให้เกิดเสียงที่ไพเราะน่าฟัง การประสานเสียงช่วยเพิ่มเสียงให้กับเพลง

• Head Voice เสียงศีรษะ เป็นเสียงที่ดังก้องในศีรษะ ทำให้เสียงเบา และบางกว่าเสียงช่วงอก

• Mixed Voice เสียงผสม เป็นเสียงตรงกลางระหว่างเสียงช่วงอกและเสียงศีรษะ

• Nodules ตุ่มเล็กแข็งคล้ายตาปลาขึ้นในเส้นเสียง

• Polyps ติ่งเนื้อซึ่งเกิดจากการบาดเจ็บของหลอดเลือด ลักษณะคล้ายแผลพุพอง

• Sharp Notes ชาร์ปโน้ต ถ้าเรามีอากาศมากเกินไป โน้ตที่เราเปล่งออกมาก็อาจจะกลายเป็นชาร์ปโน้ต ซึ่งหมายถึงระดับเสียงที่สูงกว่าโน้ตที่ตั้งใจเอาไว้

• Straw Phonation การออกเสียงผ่านหลอดคือเมื่อคุณใช้หลอดมาช่วยเวลาที่คุณเปล่งเสียง

• **Timbre/ Tone** การนิยามเสียงด้วยอารมณ์ความรู้สึกต่างๆ เป็นคำที่สลับสับเปลี่ยนได้

• **Vocal Abuse** การใช้เสียงมากเกินไป เกิดขึ้นหลังจากการร้องเพลง หรือพูดเป็นระยะเวลานาน

• **Vocal Placement** การเปล่งเสียง นักร้องจำเป็นต้องมีการจัดวางกล่องเสียงให้ดี เพื่อให้เสียงร้องที่ดีที่สุดถูกเปล่งออกมาได้อย่างง่ายดาย

กิตติกรรมประกาศ

ก่อนอื่นเลย ฉันอยากจะขอบคุณพระเจ้าที่ทรงอนุญาตให้ฉันได้เติบโต และเรียน
รู้เกี่ยวกับของขวัญที่พระองค์ทรงประทานให้กับฉัน ถ้าไม่มีพระองค์ฉันก็คงไม่
ได้ทำในสิ่งที่กำลังทำในตอนนี้ ฉันอธิษฐานให้กับ U SING! ขอให้หนังสือเล่มนี้
ได้เป็นพระพรแก่ทุกคนที่ได้อ่าน และฉันอยากจะขอบคุณครอบครัวที่เยี่ยมยอด
ของฉันที่คอยสนับสนุนอย่างไม่มีที่สิ้นสุด ฉันรักพวกคุณทุกคนจริงๆ นอกจาก
นี้ฉันยังรู้สึกขอบคุณเพื่อนที่แสนดีทุกคนสำหรับการหนุนใจที่ไม่เคยห่างหายไป
ขอบคุณครูสอนร้องเพลงที่เก่งกาจ และนักวิทยาศาสตร์ นักวิจัยทุกคนที่ช่วย
ให้ฉันมีความเข้าใจที่ดี สร้างสรรค์คอนเส็ปต์และคอร์สเรียนต่างๆ ที่ฉันเคยได้
เรียนและนำมาปรับใช้ได้ ไม่ว่าจะเป็น เบรตต์ แมนนิ่ง เซธ ริกส์ และด็อกเตอร์
อิงโก อาร์ ทิตซ์ ขอบคุณจริงๆ และสำหรับ "คุณ" คนที่หยิบหนังสือเล่มนี้ขึ้นมา
ขอบคุณ "คุณ" ฉันอธิษฐานให้คุณได้รับการอวยพร และพัฒนาได้ยิ่งๆ ขึ้นไปใน
ฐานะนักร้องนะ!

วันที่ดี, ร้องเพลง!
วันที่ไม่ค่อยดี, ร้องเพลง!
อย่าหยุดร้องเพลง!

— อักษรา —